ਹਾਂਸਲ ਅਤੇ ਗਰੈਵਲ

Hansel & Gretel

Retold by Manju Gregory

Illustrated by Jago

ਪਹਿਲਾਂ ਇਕ ਸਮੇਂ, ਬਹੁਤ ਸਮਾਂ ਪਹਿਲਾਂ, ਇਕ ਗਰੀਬ ਲੱਕੜੀ ਕੱਟਣ ਵਾਲਾ ਆਪਣੀ ਪਤਨੀ ਅਤੇ ਦੋ ਬੱਚਿਆਂ ਨਾਲ ਰਹਿੰਦਾ ਸੀ। ਮੁੰਡੇ ਦਾ ਨਾਂ ਹਾਂਸਲ ਅਤੇ ਉਸ ਦੀ ਭੈਣ ਦਾ ਨਾਂ ਗਰੈਟਲ ਸੀ। ਇਸ ਸਮੇਂ ਇਕ ਭਿਆਨਕ ਅਤੇ ਬਹੁਤ ਵੱਡਾ ਕਾਲ ਸਾਰੇ ਦੇਸ ਵਿਚ ਫੈਲਿਆ ਹੋਇਆ ਸੀ।

ਇਕ ਸ਼ਾਮ ਪਿਤਾ ਨੇ ਆਪਣੀ ਪਤਨੀ ਵੱਲ ਨੂੰ ਹੋ ਕੇ ਹੌਕਾ ਲਿਆ, "ਆਪਣੇ ਕੋਲ ਤਾਂ ਖਾਣ ਜਿੰਨੀ ਬਰੈੱਡ ਵੀ ਨਹੀਂ।"

"ਮੇਰੀ ਗੱਲ ਸੁਣੋ," ਉਸ ਦੀ ਪਤਨੀ ਨੇ ਆਖਿਆ। "ਆਪਾਂ ਬੱਚਿਆਂ ਨੂੰ ਜੰਗਲ ਵਿਚ ਲਿਜਾ ਕੇ ਉੱਥੇ ਛੱਡ ਦੇਵਾਂਗੇ। ਉਹ ਆਪਣੀ ਦੇਖ-ਭਾਲ ਆਪ ਕਰ ਸਕਦੇ ਹਨ।"

"ਪਰ ਉਨ੍ਹਾਂ ਨੂੰ ਤਾਂ ਜੰਗਲੀ ਜਾਨਵਰ ਵੱਢ ਟੁਕ ਸਕਦੇ ਹਨ!" ਪਤੀ ਚੀਕਿਆ।

"ਤੂੰ ਚਾਹੁੰਦਾ ਹੈ ਕਿ ਆਪਾਂ ਸਾਰੇ ਮਰ ਜਾਈਏ?" ਪਤਨੀ ਨੇ ਆਖਿਆ ਅਤੇ ਆਦਮੀ ਦੀ ਪਤਨੀ ਬੋਲੀ, ਬੋਲੀ, ਬੋਲੀ ਗਈ ਜਿਨ੍ਹਾਂ ਚਿਰ ਉਹ ਸਹਿਮਤ ਨਹੀਂ ਹੋਇਆ।

Once upon a time, long ago, there lived a poor woodcutter with his wife and two children. The boy's name was Hansel and his sister's, Gretel. At this time a great and terrible famine had spread throughout the land. One evening the father turned to his wife and sighed, "There is scarcely enough bread to feed us."

"Listen to me," said his wife. "We will take the children into the wood and leave them there. They can take care of themselves."

"But they could be torn apart by wild beasts!" he cried.
"Do you want us all to die?" she said. And the man's wife went on and on and on, until he agreed.

ਦੋਵੇਂ ਬੱਚੇ ਜਾਗਦੇ ਪਏ ਸੀ, ਤਰਲੋਂ ਮੱਛੀ ਅਤੇ ਭੁੱਖ ਨਾਲ ਕਮਜ਼ੋਰ ਸਨ।
ਉਨ੍ਹਾਂ ਨੇ ਹਰ ਸ਼ਬਦ ਸੁਣ ਲਿਆ ਸੀ, ਅਤੇ ਗਰੈਟਲ ਨੇ ਦੁੱਖ ਦੇ ਹੰਝੂ ਕੇਰੇ।
"ਫਿਕਰ ਨਾ ਕਰ," ਹਾਂਸਲ ਨੇ ਆਖਿਆ, "ਮੈਨੂੰ ਪਤਾ ਹੈ ਕਿ ਆਪਾਂ ਆਪਣੇ ਆਪ ਨੂੰ ਕਿਸ ਤਰ੍ਹਾਂ ਬਚਾ ਸਕਦੇ ਹਾਂ।"
ਹਾਂਸਲ ਪੱਬਾਂ ਭਰ ਗਾਰਡਨ ਵਿਚ ਗਿਆ। ਚੰਦ ਦੀ ਰੌਸ਼ਨੀ ਹੇਠ, ਪੱਗਡੰਡੀ ਉੱਪਰ ਚਾਂਦੀ ਦੇ ਸਿੱਕੇ ਵਾਂਗ ਲਿਸ਼ਕਦੇ ਚਿੱਟੇ
ਰੋੜੇ ਚਮਕ ਰਹੇ ਸਨ। ਹਾਂਸਲ ਨੇ ਰੋੜਿਆਂ ਨਾਲ ਆਪਣੀਆਂ ਜੇਬਾਂ ਭਰ ਲਈਆਂ ਅਤੇ ਆਪਣੀ ਭੈਣ ਨੂੰ ਦਿਲਾਸਾ ਦੇਨ
ਲਈ ਵਾਪਸ ਆ ਗਿਆ।

The two children lay awake, restless and weak with hunger.
They had heard every word, and Gretel wept bitter tears.
"Don't worry," said Hansel, "I think I know how we can save ourselves."
He tiptoed out into the garden. Under the light of the moon, bright white pebbles shone like
silver coins on the pathway. Hansel filled his pockets with pebbles and returned to comfort
his sister.

ਸੁਵੱਖਤੇ ਅਗਲੇ ਸਵੇਰ, ਸੂਰਜ ਚੜਨ ਤੋਂ ਵੀ ਪਹਿਲਾ, ਮਾਂ ਨੇ ਹਾਂਸਲ ਅਤੇ ਗਰੇੳਲ ਨੂੰ ਝੰਜੋੜ ਕੇ ਉਠਾਲਿਆ।

"ਉੱਠੋ, ਆਪਾ ਜੰਗਲ ਵਿਚ ਜਾਨਾ ਹੈ। ਇਹ ਤੁਹਾਡੇ ਦੋਹਾਂ ਲਈ ਬਰੈੱਡ ਦੀਆਂ ਟੁਕੜੀਆਂ ਹਨ, ਪਰ ਇਕੋ ਵੇਲੇ ਹੀ ਨਾ ਸਾਰੀ ਖਾ ਲਿਉ।"

ਉਹ ਸਾਰੇ ਜਨੇ ਇਕੱਠੇ ਤੁਰ ਪਏ। ਹਾਂਸਲ ਵਿਚ ਵਿਚ ਖੜਕੇ ਆਪਣੇ ਘਰ ਵਲ ਨੂੰ ਪਿਛਾਂਹ ਮੁੜਕੇ ਦੇਖਦਾ ਰਹਿੰਦਾ ਸੀ।

"ਤੂੰ ਕੀ ਕਰਦਾ ਹੈ?" ਉਸ ਦਾ ਪਿਤਾ ਉੱਚੀ ਬੋਲਿਆ।

"ਸਿਰਫ ਮੈਂ ਆਪਣੀ ਛੋਟੀ ਚਿੱਟੀ ਬਿੱਲੀ ਨੂੰ ਗੁੱਡਬਾਏ ਕਹਿ ਰਿਹਾ ਹਾਂ ਜਿਹੜੀ ਛੱਤ ਉੱਪਰ ਬੈਠਦੀ ਹੈ।"

"ਬਕਵਾਸ!" ਉਸ ਦੀ ਮਾਂ ਬੋਲੀ। "ਸੱਚ ਬੋਲ। ਉਹ ਤਾਂ ਸਵੇਰ ਦਾ ਸੂਰਜ ਚਿਮਨੀ ਪੌਟ ਉੱਪਰ ਚਮਕ ਰਿਹਾ ਹੈ।"

ਹਾਂਸਲ ਗੁਪਤ ਤੌਰ ਤੇ ਪੱਗਡੰਡੀ ਉੱਪਰ ਨਾਲ ਨਾਲ ਚਿੱਟੇ ਰੋੜੇ ਸੁੱਟੀ ਜਾਦਾ ਸੀ।

Early next morning, even before sunrise, the mother shook Hansel and Gretel awake.
"Get up, we are going into the wood. Here's a piece of bread for each of you, but don't eat it all at once."
They all set off together. Hansel stopped every now and then and looked back towards his home.
"What are you doing?" shouted his father.
"Only waving goodbye to my little white cat who sits on the roof."
"Rubbish!" replied his mother. "Speak the truth. That is the morning sun shining on the chimney pot."
Secretly Hansel was dropping white pebbles along the pathway.

ਉਹ ਜੰਗਲ ਦੀ ਡੂੰਗਾਈ ਵਿਚ ਪਹੁੰਚੇ ਜਿਥੇ ਮਾਪਿਆਂ ਨੇ ਬੱਚਿਆਂ ਦੀ ਅੱਗ ਬਾਲਣ ਵਿਚ ਮਦਦ ਕੀਤੀ।

"ਬਲਦੀਆਂ ਚਮਕਦੀਆਂ ਲਾਟਾਂ ਨਾਲ ਤੁਸੀਂ ਏਥੇ ਸੌਂ ਜਾਉ," ਮਾਂ ਨੇ ਆਖਿਆ।

"ਅਤੇ ਤੁਹਾਨੂੰ ਆਲਕੇ ਲੈ ਜਾਣ ਤਕ ਸਾਡੀ ਉਡੀਕ ਕਰੋ।"

ਹਾਂਸਲ ਅਤੇ ਗਰੈਟਲ ਨੇ ਅੱਗ ਕੋਲ ਬੈਠ ਕੇ ਆਪਣੇ ਛੋਟੇ ਬਰੈਡ ਦੇ ਟੁਕੜੇ ਖਾਦੇ।

ਜਲਦੀ ਹੀ ਉਨ੍ਹਾਂ ਨੂੰ ਨੀਂਦ ਆ ਗਈ।

They reached the deep depths of the wood where the parents helped the children to build a fire.
"Sleep here as the flames burn bright," said their mother. "And make sure you wait until we come to fetch you."
Hansel and Gretel sat by the fire and ate their little pieces of bread.
Soon they fell asleep.

ਜਿਸ ਵੇਲੇ ਉਨ੍ਹਾਂ ਨੂੰ ਜਾਗ ਆਈ ਜੰਗਲ ਵਿਚ ਘੁੱਪ ਹਨੇਰਾ ਸੀ।

ਗਰੈਟਲ ਦੁੱਖ ਨਾਲ ਰੋਈ, "ਆਪਾਂ ਘਰ ਕਿਸ ਤਰ੍ਹਾਂ ਪਹੁੰਚਾਂਗੇ?"

"ਪੂਰੇ ਚੰਦ ਚੜਨ ਤਕ ਉਡੀਕ ਕਰ," ਹਾਂਸਲ ਨੇ ਆਖਿਆ। "ਫਿਰ ਆਪਾਂ ਨੂੰ ਚਮਕਦੇ ਰੋੜੇ ਦਿਸ ਪੈਣਗੇ।"

ਗਰੈਟਲ ਨੇ ਹਨੇਰੇ ਨੂੰ ਚੰਦ ਦੀ ਰੌਸ਼ਨੀ ਵਿਚ ਬਦਲਦਿਆਂ ਹੋਇਆ ਦੇਖਿਆ। ਉਸ ਨੇ ਆਪਣੇ ਭਰਾ ਦਾ ਹੱਥ ਪੱਕੜ ਲਿਆ ਅਤੇ ਚਮਕਦੇ ਰੋੜਿਆਂ ਦੀ ਰੌਸ਼ਨੀ ਨਾਲ ਆਪਣਾ ਰਸਤਾ ਲੱਭਦੇ ਹੋਏ ਉਹ ਦੋਵੇਂ ਤੁਰਨ ਲੱਗ ਪਏ।

When they awoke the woods were pitch black.
Gretel cried miserably, "How will we get home?"
"Just wait until the full moon rises," said Hansel. "Then we will see the shiny pebbles."
Gretel watched the darkness turn to moonlight. She held her brother's hand and together they walked, finding their way by the light of the glittering pebbles.

ਸਵੇਰ ਹੋਣ ਤਕ ਉਹ ਲੱਕੜੀ ਕੱਟਣ ਵਾਲੇ ਦੇ ਛੋਟੇ ਮਕਾਨ ਕੋਲ ਪਹੁੰਚ ਗਏ।
ਜਿਊਂ ਹੀ ਉਸ ਨੇ ਦਰਵਾਜਾ ਖੋਲ੍ਹਿਆ, ਉਨ੍ਹਾ ਦੀ ਮਾਂ ਚੀਕੀ, "ਤੁਸੀਂ ਜੰਗਲ ਵਿਚ ਏਨੀ
ਦੇਰ ਕਿਉਂ ਸੁੱਤੇ ਰਹੇ? ਮੈਂ ਸੋਚਿਆ ਤੁਸੀਂ ਕਦੀ ਘਰ ਹੀ ਨਹੀਂ ਵਾਪਸ ਆਉਣਾ।"
ਉਹ ਬਹੁਤ ਗੁੱਸੇ ਵਿਚ ਸੀ, ਪਰ ਉਨ੍ਹਾ ਦਾ ਪਿਤਾ ਜੀ ਖ਼ੁਸ ਸੀ। ਉਨ੍ਹਾ ਨੂੰ ਇਕੱਲਿਆਂ
ਛੱਡਣਾ ਉਸ ਨੂੰ ਪਸੰਦ ਨਹੀਂ ਸੀ।

ਸਮਾਂ ਲੰਘਿਆ। ਫਿਰ ਵੀ ਪਰਿਵਾਰ ਦੇ ਖਾਣ ਲਈ ਕਾਫੀ ਖਾਣਾ ਨਹੀਂ ਸੀ।
ਇਕ ਰਾਤ ਹਾਂਸਲ ਅਤੇ ਗਰੈਟਲ ਨੇ ਆਪਣੀ ਮਾਂ ਨੂੰ ਇਹ ਕਹਿੰਦਿਆ ਸੁਣਿਆ, "ਬੱਚਿਆ ਨੂੰ ਜਾਣਾ ਪਵੇਗਾ। ਆਪਾ
ਇਨ੍ਹਾ ਨੂੰ ਹੋਰ ਅਗਾਂਹ ਜੰਗਲ ਵਿਚ ਲਿਜਾਂਦੇ ਹਾਂ ਇਸ ਵਾਰੀ ਇਨ੍ਹਾ ਨੂੰ ਆਪਣਾ ਰਸਤਾ ਨਹੀਂ ਲੱਭੇਗਾ।"
ਹੋਂਸਲ ਆਪਣੀ ਬੈਡ ਵਿਚੋਂ ਹੌਲੀ ਹੌਲੀ ਉੱਤਰਿਆ ਪਰ ਇਸ ਵਾਰੀ ਦਰਵਾਜੇ ਨੂੰ ਜਿੰਦਾ ਲੱਗਾ ਹੋਇਆ ਸੀ।
"ਰੋ ਨਾ," ਉਸ ਨੇ ਗਰੈਟਲ ਨੂੰ ਦੱਸਿਆ। "ਮੈਂ ਕੁਝ ਸੋਚ ਲਵਾਂਗਾ ਹੁਣ ਸੌਂ ਜਾ।"

Towards morning they reached the woodcutter's cottage.
As she opened the door their mother yelled, "Why have you slept so long in the woods?
I thought you were never coming home."
She was furious, but their father was happy. He had hated leaving them all alone.

Time passed. Still there was not enough food to feed the family.
One night Hansel and Gretel overheard their mother saying, "The children must go.
We will take them further into the woods. This time they will not find their way out."
Hansel crept from his bed to collect pebbles again but this time the door was locked.
"Don't cry," he told Gretel. "I will think of something. Go to sleep now."

ਦੂਸਰੇ ਦਿਨ, ਉਨਾ ਦੇ ਸਫ਼ਰ ਲਈ ਪਹਿਲਾਂ ਨਾਲੋਂ ਵੀ ਬਰੈਡ ਦੀਆਂ ਘੱਟ ਟੁਕੜੀਆਂ ਨਾਲ ਬੱਚਿਆਂ ਨੂੰ ਜੰਗਲ ਦੀ ਡੂੰਗਾਈ ਵਿਚ ਉਸ ਥਾ ਤੇ ਲਿਜਾਇਆ ਗਿਆ ਜਿਥੇ ਉਹ ਪਹਿਲਾਂ ਕਦੀ ਨਹੀਂ ਸੀ ਗਏ। ਕਦੀ ਕਦੀ ਹਾਸਲ ਖੜਕੇ ਜਮੀਨ ਉਪਰ ਬਰੈਡ ਦਾ ਚੋਰਾ ਚੋਰਾ ਸੁੱਟੀ ਜਾਂਦਾ ਸੀ।

ਉਨਾ ਦੇ ਮਾਪਿਆਂ ਨੇ ਅੱਗ ਬਾਲੀ ਅਤੇ ਉਨ੍ਹਾਂ ਨੂੰ ਸੌਣ ਲਈ ਆਖਿਆ "ਅਸੀਂ ਲੱਕੜੀ ਕੱਟਣ ਲੱਗੇ ਹਾਂ, ਅਤੇ ਕੰਮ ਪੂਰਾ ਕਰਨ ਤੋਂ ਬਾਅਦ ਤੁਹਾਨੂੰ ਲੈ ਜਾਵਾਗੇ," ਉਨਾ ਦੀ ਮਾਂ ਨੇ ਆਖਿਆ।

ਗਰੇਟਲ ਨੇ ਆਪਣੀ ਬਰੈਡ ਹਾਸਲ ਨਾਲ ਵੰਡੀ ਅਤੇ ਦੋਹਾਂ ਨੇ ਲੰਮੀ ਉਡੀਕ ਕੀਤੀ। ਪਰ ਕੋਈ ਵੀ ਨਾ ਆਇਆ।

"ਜਿਸ ਵੇਲੇ ਚੰਦ ਚੜਿਆ ਆਪਾ ਨੂੰ ਬਰੈਡ ਦਾ ਚੋਰਾ ਚੋਰਾ ਦਿਸੇਗਾ ਅਤੇ ਆਪਾ ਨੂੰ ਘਰ ਜਾਣ ਦਾ ਰਸਤਾ ਲੱਭ ਪਵੇਗਾ," ਹਾਸਲ ਨੇ ਆਖਿਆ।

ਚੰਦ ਚੜਿਆ ਪਰ ਚੋਰਾ ਚੋਰਾ ਗੁੰਮ ਸੀ। ਜੰਗਲ ਦੇ ਪੰਛੀਆਂ ਅਤੇ ਜਾਨਵਰਾਂ ਨੇ ਸਾਰੇ ਖਾ ਲਏ ਸਨ।

The next day, with even smaller pieces of bread for their journey, the children were led to
a place deep in the woods where they had never been before. Every now and then Hansel
stopped and threw crumbs onto the ground.
Their parents lit a fire and told them to sleep. "We are going to cut wood, and will fetch
you when the work is done," said their mother.
Gretel shared her bread with Hansel and they both waited and waited. But no one came.
"When the moon rises we'll see the crumbs of bread and find our way home," said Hansel.
The moon rose but the crumbs were gone.
The birds and animals of the
wood had eaten every one.

"ਇਸ ਉਜਾੜ ਵਿਚੋਂ ਨਿਕਲਣ ਲਈ ਆਪਾਂ ਜਲਦੀ ਹੀ ਰਸਤਾ ਲੱਭ ਲਵਾਂਗੇ," ਹਾਂਸਲ
ਨੇ ਆਖਿਆ।
ਬੱਚੇ ਤਿੰਨ ਦਿਨ ਜੰਗਲ ਵਿਚ ਭਾਲ ਕਰਦੇ ਰਹੇ। ਭੁੱਖੇ ਅਤੇ ਥੱਕੇ ਹੋਏ, ਰਸ ਭਰੀਆਂ
ਨਾਲ ਢਿੱਡ ਭਰਦੇ ਰਹੇ, ਅੰਤ ਵਿਚ ਉਹ ਦਰੱਖਤ ਹੇਠਾਂ ਸੌਣ ਲਈ ਲੰਮੇ ਪੈ ਗਏ।
ਉਨ੍ਹਾਂ ਦੀ ਅੱਖ ਚਾਂਦਨੀ ਚਿੱਟੇ ਪੰਛੀ ਦੇ ਮਿੱਠੇ ਗੀਤ ਨੇ ਖੋਹਲ ਦਿੱਤੀ। ਜਿਸ ਵੇਲੇ ਪੰਛੀ
ਜੰਗਲ ਵਿਚ ਨੂੰ ਉਡਿਆ ਤਾਂ ਬੱਚੇ ਇਕ ਇੰਨੇ ਸੁੰਦਰ ਮਕਾਨ, ਜਿਹੜਾ ਉਨ੍ਹਾਂ ਨੇ ਕਦੀ
ਵੇਖਿਆ ਨਹੀਂ ਸੀ, ਕੋਲ ਪਹੁੰਚਣ ਤਕ ਉਸ ਦੇ ਮਗਰ ਮਗਰ ਗਏ।

"We will soon find our way out of this wilderness," said Hansel.
The children searched the woods for three days. Hungry and tired,
feeding only on berries, at last they lay down under a tree to sleep.
They were awakened by the sweet song of a silver white bird. When the
bird flew off into the forest the children followed, until they reached the
most wonderful house they had ever seen.

The walls were tiled with strawberry tarts,
the roof was made of chocolate hearts.
Around the windows were caramel frames
and the pathway was lined with candy canes.
"Now we can eat!" said Hansel and he bit off
a piece of the roof.
Suddenly, they heard a voice. "Jimney, Jimney,
who's that nibbling at my chimney?"
"It's the wind, it blows right in," they
answered, and went on eating.
All at once the door opened and a strange,
shrivelled woman appeared. Beyond her tiny
spectacles she had blood red eyes.
Hansel and Gretel were so frightened they
dropped their sweets.
"What brought you here, my dears?" she said.
"If it is hunger, then come and see what I
have for you."
She took them by the hand and led them
into her little house.

ਕੰਧਾਂ ਉੱਪਰ ਸਟਰਾਬਰੀ ਦੀਆਂ ਟਾਈਲਾਂ ਲੱਗੀਆਂ ਹੋਈਆਂ ਸਨ,
ਛੱਤ ਚੌਕਲੇਟ ਦੇ ਦਿਲਾਂ ਦੀ ਬਣੀ ਸੀ।
ਤਾਕੀਆਂ ਦੇ ਆਲੇ ਦੁਆਲੇ ਮਠਿਆਈ ਦੇ ਫਰੇਮ ਸਨ ਅਤੇ
ਪੱਗਡੰਡੀ ਮਿਸਰੀ ਨਾਲ ਭਰੀ ਹੋਈ ਸੀ।
"ਹੁਣ ਆਪਾਂ ਖਾ ਸਕਦੇ ਹਾਂ!" ਹਾਂਸਲ ਨੇ ਆਖਿਆ ਅਤੋਂ ਛੱਤ ਦੀ
ਇਕ ਦੰਦੀ ਵੱਢ ਲਈ।
ਇਕ ਦੱਮ, ਉਨਾਂ ਨੂੰ ਆਵਾਜ਼ ਸੁਣੀ। "ਜਿਮਨੀ, ਜਿਮਨੀ, ਮੇਰੀ
ਚਿਮਨੀ ਨੂੰ ਕੌਣ ਵੱਕ ਰਿਹਾ ਹੈ?"
"ਇਹ ਹਵਾ ਹੈ, ਇਹ ਅੰਦਰ ਵੱਗਦੀ ਹੈ," ਉਨਾਂ ਨੇ ਉੱਤਰ ਦਿੱਤਾ
ਅਤੇ ਖਾਣ ਲੱਗੇ ਰਹੇ।
ਇਕ ਦੱਮ ਦਰਵਾਜਾ ਖੁਲਿਆ ਅਤੇ ਅਜੀਬ, ਸੁੱਕੀ ਹੋਈ ਇਸਤਰੀ
ਆਈ। ਉਸ ਦੀਆਂ ਬਹੁਤ ਛੋਟੀਆਂ ਐਨਕਾ ਹੇਠ ਉਸ ਦੀਆਂ ਖੂਨ
ਲਾਲ ਅੱਖਾਂ ਸਨ।
ਹਾਂਸਲ ਅਤੇ ਗਰੇਟਲ ਇੰਨੇ ਡਰ ਗਏ ਕਿ ਉਨਾਂ ਤੋਂ ਆਪਣੀਆਂ
ਸਵੀਟਾਂ ਹੇਠਾਂ ਡਿੱਗ ਪਈਆਂ।
"ਤੁਸੀਂ ਇੱਥੇ ਕਿਦਾ ਆਏ ਹੋ, ਮੇਰੇ ਲਾਡਲਿਓ?" ਉਸ ਨੇ
ਆਖਿਆ। "ਜੇ ਭੁੱਖ ਕਰਕੇ, ਤਾ ਆਓ ਅਤੇ ਵੇਖੋ ਮੇਰੇ ਕੋਲ
ਤੁਹਾਡੇ ਲਈ ਕੀ ਹੈ।"
ਉਸ ਨੇ ਉਨਾਂ ਦਾ ਹੱਥ ਪਕੜ ਕੇ ਆਪਣੇ ਨਿੱਕੇ ਮਕਾਨ ਅੰਦਰ
ਲੈ ਗਈ।

ਹਾਂਸਲ ਅਤੇ ਗਰੈਟਲ ਨੂੰ ਸਾਰੀਆਂ ਚੰਗੀਆਂ ਚੀਜਾਂ ਖਾਣ ਨੂੰ ਦਿੱਤੀਆਂ ਗਈਆਂ! ਸੇਬ ਅਤੇ ਗਿਰੀਆਂ, ਦੁੱਧ ਅਤੇ ਸ਼ੈਦ ਨਾਲ ਭਰੇ ਹੋਏ ਪਾਨਕੇਕ।

ਬਾਅਦ ਵਿਚ ਉਹ ਚਿੱਟਿਆ ਚਾਦਰਾ ਨਾਲ ਵਿਛਾਈਆਂ ਹੋਈਆਂ ਦੋ ਛੋਟੀਆਂ ਬੈੱਡਾਂ ਵਿਚ ਪੈ ਗਏ ਅਤੇ ਇਸ ਤਰ੍ਹਾਂ ਸੁੱਤੇ ਜਿਸ ਤਰ੍ਹਾਂ ਉਹ ਸਵਰਗ ਵਿਚ ਸਨ।

ਉਨ੍ਹਾਂ ਵੱਲ ਨੇੜੇ ਹੋ ਕੇ ਦੇਖਦੀ ਹੋਈ, ਇਸਤਰੀ ਨੇ ਆਖਿਆ, "ਤੁਸੀਂ ਦੋਵੇਂ ਕਿੰਨੇ ਪਤਲੇ ਹੋ ਹੁਣ ਮਿੱਠੇ ਸੁਪਨੇ ਲਓ, ਕੱਲ ਨੂੰ ਤੁਹਾਡੇ ਡਰਾਉਣੇ ਸੁਪਨੇ ਸ਼ੁਰੂ ਹੋਣਗੇ!"

ਕਮਜ਼ੋਰ ਨਿਗ੍ਹਾ ਅਤੇ ਖਾਣਯੋਗ ਘਰ ਵਾਲੀ ਅਜੀਬ ਇਸਤਰੀ ਦੋਸਤਾਨਾ ਹੋਣ ਦਾ ਦਿਖਾਵਾ ਕਰਦੀ ਸੀ।

ਅਸਲ ਵਿਚ, ਉਹ ਪਾਪੀ ਡੈਣ ਸੀ!

Hansel and Gretel were given all good things to eat! Apples and nuts, milk, and pancakes covered in honey.

Afterwards they lay down in two little beds covered with white linen and slept as though they were in heaven.

Peering closely at them, the woman said, "You're both so thin. Dream sweet dreams for now for tomorrow your nightmares will begin!"

The strange woman with an edible house and poor eyesight had only pretended to be friendly.

Really, she was a wicked witch!

ਸਵੇਰੇ ਪਾਪੀ ਡੈਣ ਨੇ ਹਾਂਸਲ ਨੂੰ ਪਕੜ ਕੇ ਪਿੰਜਰੇ ਵਿਚ ਜੋਰ ਨਾਲ ਧੱਕ ਦਿੱਤਾ। ਫਸੇ ਅਤੇ
ਘਬਰਾਏ ਹੋਏ, ਉਸ ਨੇ ਮਦਦ ਲਈ ਚੀਕ ਮਾਰੀ।
ਗਰੈਟਲ ਭੱਜੀ ਆਈ। "ਤੂੰ ਮੇਰੇ ਭਰਾ ਨੂੰ ਕੀ ਕਰ ਰਹੀ ਹੈ?" ਉਹ ਰੋਈ।
ਡੈਣ ਹੱਸੀ ਅਤੇ ਆਪਣੀਆਂ ਖੂਨ ਲਾਲ ਅੱਖਾਂ ਪਿੱਛੇ ਨੂੰ ਘੁਮਾਈਆਂ।
"ਮੈਂ ਉਸ ਨੂੰ ਖਾਨ ਲਈ ਤਿਆਰ ਕਰ ਰਹੀ ਹਾਂ," ਉਸ ਨੇ ਉੱਤਰ ਦਿੱਤਾ। "ਅਤੇ ਤੂੰ ਮੇਰੀ
ਮਦਦ ਕਰਨੀ ਹੈ, ਛੋਟੇ ਬੱਚੇ।"
ਗਰੈਟਲ ਕੈਬੀਤ ਹੋ ਗਈ।
ਉਸ ਨੂੰ ਡੈਣ ਦੀ ਰਸੋਈ ਵਿਚ ਕੰਮ ਕਰਨ ਲਈ ਭੇਜਿਆ ਗਿਆ ਜਿਥੋਂ ਉਸ ਨੇ ਆਪਣੇ ਭਰਾ
ਲਈ ਚੰਗਾ ਸਾਰਾ ਖਾਨਾ ਤਿਆਰ ਕੀਤਾ।
ਪਰ ਉਸ ਦੇ ਭਰਾ ਨੇ ਮੋਟਾ ਹੋਣੋ ਇਨਕਾਰ ਕਰ ਦਿੱਤਾ।

In the morning the evil witch seized Hansel and shoved him
into a cage. Trapped and terrified he screamed for help.
Gretel came running. "What are you doing to my
brother?" she cried.
The witch laughed and rolled her blood red eyes.
"I'm getting him ready to eat," she replied. "And you're
going to help me, young child."
Gretel was horrified.
She was sent to work in the witch's kitchen where
she prepared great helpings of food for her brother.
But her brother refused to get fat.

ਡੈਣ ਹਾਂਸਲ ਨੂੰ ਰੋਜ਼ਾਨਾ ਦੇਖਣ ਜਾਦੀ ਸੀ। "ਆਪਣੀ ਉਂਗਲੀ ਬਾਹਰ ਕੱਢ," ਉਹ
ਗੁੱਸੇ ਵਿਚ ਬੋਲੀ, "ਤਾ ਕਿ ਮੈਂ ਦੇਖ ਸਕਾ ਕਿ ਤੂੰ ਕਿੰਨਾ ਕੁ ਮੋਟਾ ਹੈਂ!"
ਹਾਂਸਲ ਨੇ ਚੰਗੀ ਕਿਸਮਤ ਦੀ ਇੱਛਾ ਕਰਨ ਵਾਲੀ ਹੱਡੀ ਆਪਣੀ ਜੇਬ ਵਿਚੋਂ ਕੱਢੀ
ਡੈਣ ਨੂੰ ਜਿਸ ਦੀ ਨਿਗਾ ਬਹੁਤ ਕਮਜ਼ੋਰ ਸੀ ਨੂੰ ਇਹ ਨਹੀਂ ਸੀ ਸਮਝ ਆ ਰਹੀ ਕਿ
ਮੁੰਡਾ ਹੱਡੀਆਂ ਜਿੰਨਾ ਪਤਲਾ ਕਿਉਂ ਰਹਿੰਦਾ ਹੈ।
ਤਿੰਨ ਹਫ਼ਤਿਆਂ ਬਾਅਦ ਡੈਣ ਦਾ ਸਬਰ ਟੁੱਟ ਗਿਆ।
"ਗਰੇਟਲ, ਲੱਕੜੀ ਲਿਆ ਅਤੇ ਜਲਦੀ ਕਰ, ਆਪਾਂ ਉਸ ਮੁੰਡੇ ਨੂੰ ਰਿੰਨਣ ਵਾਲੇ
ਪਤੀਲੇ ਵਿਚ ਪਾਉਣਾ ਹੈ," ਡੈਣ ਨੇ ਆਖਿਆ।

The witch visited Hansel every day. "Stick out your finger,"
she snapped. "So I can feel how plump you are."
Hansel poked out a lucky wishbone he'd kept in his pocket.
The witch, who as you know had very poor eyesight, just
couldn't understand why the boy stayed boney thin.
After three weeks she lost her patience.
"Gretel, fetch the wood and hurry up, we're going to get
that boy in the cooking pot," said the witch.

ਗਰੇਟਲ ਨੇ ਹੌਲੀ ਹੌਲੀ ਲਕੜੀ ਜਲਾਉਣ ਵਾਲੇ ਚੁਲ੍ਹੇ ਦੀ ਅੱਗ ਤੇਜ਼ ਕੀਤੀ।

ਡੈਣ ਬਹੁਤ ਕਾਹਲੀ ਪੈ ਗਈ। "ਹੁਣ ਤਕ ਚੁੱਲਾ ਤਿਆਰ ਹੋ ਜਾਣਾ ਚਾਹੀਦਾ ਸੀ। ਅੰਦਰ ਵੜ ਕੇ ਵੇਖ ਕਿ ਇਹ ਕਾਫੀ ਗਰਮ ਹੋਇਆ ਹੈ ਕਿ ਨਹੀਂ!" ਉਹ ਚੀਕੀ।

ਗਰੇਟਲ ਨੂੰ ਪਤਾ ਸੀ ਕਿ ਡੈਣ ਦੇ ਦਿਲ ਵਿਚ ਕੀ ਹੈ। "ਮੈਨੂੰ ਪਤਾ ਨਹੀਂ ਕਿਸ ਤਰ੍ਹਾਂ," ਉਸ ਨੇ ਆਖਿਆ।

"ਮੂਰਖ, ਤੂੰ ਮੂਰਖ ਕੁੜੀ!" ਡੈਣ ਸਾਪ ਪਾਣ ਲਗ ਪਈ। "ਦਰਵਾਜਾ ਕਾਫੀ ਚੌੜਾ ਹੈ, ਮੈਂ ਵੀ ਵੜ ਕੇ ਸਕਦੀ ਹਾਂ!"

ਅਤੇ ਇਹ ਸਾਬਤ ਕਰਨ ਲਈ ਉਸਨੇ ਆਪਣਾ ਸਿਰ ਸਿੱਧਾ ਅੰਦਰ ਕਰ ਦਿੱਤਾ।

ਬਿਜਲੀ ਦੀ ਤਰ੍ਹਾਂ ਜਲਦੀ ਵਿਚ ਗਰੇਟਲ ਨੇ ਬਾਕੀ ਦਾ ਡੈਣ ਨੂੰ ਬਲਦੇ ਚੁੱਲੇ ਵਿਚ ਵੱਲ ਦਿੱਤਾ। ਉਸ ਨੇ ਲੋਹੇ ਦਾ ਦਰਵਾਜਾ ਬੰਦ ਕਰਕੇ ਬੋਲਟ ਲਗਾ ਦਿੱਤਾ ਅਤੇ ਹੈਂਸਲ ਵੱਲ ਭੱਜੀ ਗਈ, "ਡੈਣ ਮਰ ਗਈ! ਡੈਣ ਮਰ ਗਈ ਹੈ! ਉਸ ਦੁਸ਼ਟ ਡੈਣ ਦਾ ਅੰਤ ਹੋ ਗਿਆ ਹੈ!"

Gretel slowly stoked the fire for the wood-burning oven.
The witch became impatient. 'That oven should be ready by now. Get inside and see if it's hot enough!' she screamed.
Gretel knew exactly what the witch had in mind. 'I don't know how,' she said.
'Idiot, you idiot girl!' the witch ranted. 'The door is wide enough, even I can get inside!'
And to prove it she stuck her head right in.
Quick as lightning Gretel pushed the rest of the witch into the burning oven. She shut and bolted the iron door and ran to Hansel shouting, 'The witch is dead! The witch is dead! That's the end of the wicked witch!'

ਹਾਂਸਲ ਪਿੰਜਰੇ ਵਿਚੋਂ ਉੱਡਦੇ ਪੰਛੀ ਵਾਂਗ ਇਕਦਮ ਬਾਹਰ ਨਿਕਲਿਆ।

Hansel sprang from the cage like a bird in flight.

ਹਾਸਲ ਅਤੇ ਗਰੇਟਲ ਨੇ ਇਕ ਦੂਸਰੇ ਨੂੰ ਜੱਫੀ ਪਾਈ। ਉਹ ਨੱਚੇ ਅਤੇ ਗਾਉਣ ਲੱਗੇ ਅਤੇ ਖੁਸ਼ੀ ਵਿਚ ਆਲੇ ਦੁਆਲੇ ਨੱਸਣ ਲੱਗੇ।

ਮਕਾਨ ਦੇ ਹਰ ਖੂੰਜੇ ਵਿਚੋਂ ਉਹਨਾਂ ਨੂੰ ਮੋਤੀਆਂ, ਜਵਾਹਰਲਾਲ, ਗੀਰੇ ਹਰ ਕਿਸਮ ਦੀਆਂ ਕੀਮਤੀ ਚੀਜ਼ਾਂ ਨਾਲ ਭਰੇ ਹੋਏ ਖਜ਼ਾਨਿਆ ਦੇ ਸੰਦੂਕ ਲੱਭੇ। ਹਾਸਲ ਅਤੇ ਗਰੇਟਲ ਨੇ ਆਪਣੀਆਂ ਜੇਬਾਂ ਉੱਪਰ ਤਕ ਭਰ ਲਈਆਂ।

"ਆਪਣੇ ਕੋਲ ਬਹੁਤ ਵਧੀਆ ਖਜ਼ਾਨੇ ਹਨ, ਪਰ ਆਪਾ ਇਥੋ ਬੀਆਵਾਨ ਜੰਗਲ ਵਿਚੋ ਕਿਸ ਤਰਾ ਨਿਕਲ ਸਕਦੇ ਹਾਂ?" ਗਰੇਟਲ ਨੇ ਹਾਉਕਾ ਲਿਆ।

"ਫਿਕਰ ਨਾ ਕਰ, ਇਕਠੇ ਆਪਾ ਘਰ ਜਾਣ ਦਾ ਰਸਤਾ ਲੱਭਾਗੇ," ਹਾਸਲ ਨੇ ਆਖਿਆ।

Hansel and Gretel hugged each other. They danced and sang and ran around with joy. In every corner they found treasure chests filled with pearls, emeralds, rubies and all kinds of worldly precious things. Hansel and Gretel filled their pockets to overflowing.
"We have wondrous treasures, but how do we escape from the wild wood?" sighed Gretel.
"Don't worry, together we will find our way home." said Hansel.

ਤਿੰਨ ਘੰਟਿਆਂ ਬਾਅਦ ਉਹ ਕੁਝ ਪਾਣੀ ਕੋਲ ਪਹੁੰਚੇ।

"ਆਪਾਂ ਪਾਰ ਨਹੀਂ ਕਰ ਸਕਦੇ," ਹਾਂਸਲ ਨੇ ਆਖਿਆ। "ਕੋਈ ਬੇੜੀ ਨਹੀਂ, ਕੋਈ ਪੁਲ ਨਹੀਂ, ਸਿਰਫ ਸਾਫ ਨੀਲਾ ਪਾਣੀ ਹੀ ਹੈ।"

"ਦੇਖ! ਲੈਹਰਾਂ ਉਪਰ ਦੀ, ਇਕ ਨਿਰੀ ਚਿੱਟੀ ਬੱਤਖ ਤਰਦੀ ਹੈ," ਗਰੈਟਲ ਨੇ ਆਖਿਆ। "ਸ਼ਾਇਦ ਉਹ ਸਾਡੀ ਮਦਦ ਕਰ ਸਕੇ।"

ਇਕੱਠਿਆਂ ਉਨ੍ਹਾਂ ਨੇ ਗਾਇਆ: "ਛੋਟੀ ਬੱਤਖ ਜਿਸ ਦੇ ਚਿੱਟੇ ਪਰ ਚਮਕਦੇ ਹਨ, ਕਿਰਪਾ ਕਰਕੇ ਸੁਣ, ਪਾਣੀ ਡੂੰਘਾ ਹੈ, ਪਾਣੀ ਚੌੜਾ ਹੈ, ਤੂੰ ਸਾਨੂੰ ਦੂਸਰੇ ਪਾਸੇ ਚੜ੍ਹਾ ਕੇ ਲਿਜਾ ਸਕਦੀ ਹੈ?"

ਬੱਤਖ ਉਨ੍ਹਾਂ ਵਲ ਨੂੰ ਤੈਰ ਕੇ ਆਈ ਅਤੇ ਪਹਿਲਾਂ ਹਾਂਸਲ ਅਤੇ ਫਿਰ ਗਰੈਟਲ ਨੂੰ ਚੁੱਕ ਕੇ ਪਾਣੀ ਪਾਰ ਕਰਾ ਦਿੱਤਾ।

ਦੂਸਰੇ ਪਾਸੇ ਉਨ੍ਹਾਂ ਨੇ ਜਾਣੀ ਪਛਾਣੀ ਦੁਨੀਆਂ ਦੇਖੀ।

After three hours they came upon a stretch of water.
"We cannot cross," said Hansel. "There's no boat, no bridge, just clear blue water."
"Look! Over the ripples, a pure white duck is sailing," said Gretel. "Maybe she can help us."
Together they sang: "Little duck whose white wings glisten, please listen.
The water is deep, the water is wide, could you carry us across to the other side?"
The duck swam towards them and carried first Hansel and then Gretel safely across the water.
On the other side they met a familiar world.

ਹੌਲੀ ਹੌਲੀ ਉਨ੍ਹਾਂ ਨੇ ਲੱਕੜੀਆਂ ਕੱਟਣ ਵਾਲੇ ਦਾ ਛੋਟਾ ਮਕਾਨ ਲੱਭ ਲਿਆ।

"ਅਸੀਂ ਘਰ ਆ ਗਏ!" ਬੱਚਿਆਂ ਨੇ ਉੱਚੀ ਦੇਣੀ ਆਖਿਆ।

ਉਨ੍ਹਾਂ ਦਾ ਬਾਪ ਖੁਸ਼ੀ ਨਾਲ ਬਹੁਤ ਮੁਸਕਰਾਇਆ। "ਤੁਹਾਡੇ ਜਾਣ ਤੋਂ ਬਾਅਦ ਵਿਚ ਮੈਂ ਇਕ ਵੀ ਖੁਸ਼ੀ ਦੀ ਘੜੀ ਨਹੀਂ ਗੁਜ਼ਾਰੀ," ਉਸ ਨੇ ਆਖਿਆ।

"ਮੈਂ ਹਰ ਥਾਂ, ਭਾਲ ਕੀਤੀ..."

Step by step, they found their way back to the woodcutter's cottage.
"We're home!" the children shouted.
Their father beamed from ear to ear. "I haven't spent one happy moment since you've been gone," he said.
"I searched, everywhere..."

"ਅਤੇ ਮਾਂ?"

"ਉਹ ਚਲੀ ਗਈ! ਜਿਸ ਵੇਲੇ ਖਾਣ ਲਈ ਕੁਝ ਵੀ ਨਹੀਂ ਰਿਹਾ ਸੀ ਉਹ ਘਰੋਂ ਗੁੱਸੇ ਵਿਚ ਕਹਿੰਦੀ ਹੋਈ ਕਿ ਮੈਂ ਉਸ ਨੂੰ ਕਦੀ ਵੀ ਮੁੜ ਕੇ ਨਹੀਂ ਵੇਖਾਂਗਾ, ਘਰੋਂ ਚਲੀ ਗਈ। ਹੁਣ ਆਪਾਂ ਸਿਰਫ ਤਿੰਨੇ ਹੀ ਹਾਂ"

"ਅਤੇ ਸਾਡੇ ਕੀਮਤੀ ਗਹਿਣੇ," ਹਾਂਸਲ ਨੇ ਆਪਣੀ ਜੇਬ ਵਿਚ ਹੱਥ ਪਾ ਕੇ ਚਿੱਟਾ ਬਰਫੀ ਮੋਤੀ ਕੱਢਦੇ ਹੋਏ ਨੇ ਆਖਿਆ।

"ਚਲੋ," ਉਨ੍ਹਾਂ ਦੇ ਪਿਤਾ ਨੇ ਆਖਿਆ, "ਲੱਗਦਾ ਹੈ ਕਿ ਹੁਣ ਆਪਣੀਆਂ ਸਾਰੀਆਂ ਸਮਸਿਆਵਾਂ ਖਤਮ ਹੋ ਗਈਆਂ ਹਨ!"

"And Mother?"
"She's gone! When there was nothing left to eat she stormed out saying I would never see her again. Now there are just the three of us."
"And our precious gems," said Hansel as he slipped a hand into his pocket and produced a snow white pearl.
"Well," said their father, "it seems all our problems are at an end!"